ബന്ധനം

CHAINED

ശ്രീജിത്ത് എസ്

Copyright © Sreejith S
All Rights Reserved.

ISBN 978-1-63920-188-4

This book has been published with all efforts taken to make the material error-free after the consent of the author. However, the author and the publisher do not assume and hereby disclaim any liability to any party for any loss, damage, or disruption caused by errors or omissions, whether such errors or omissions result from negligence, accident, or any other cause.

While every effort has been made to avoid any mistake or omission, this publication is being sold on the condition and understanding that neither the author nor the publishers or printers would be liable in any manner to any person by reason of any mistake or omission in this publication or for any action taken or omitted to be taken or advice rendered or accepted on the basis of this work. For any defect in printing or binding the publishers will be liable only to replace the defective copy by another copy of this work then available.

ഉള്ളടക്കം

1. Chapter 1 ബന്ധനം 1
Chapter 2 Aham 15

1

chapter 1 ബന്ധനം

ഒരു പുലർകാലം. പ്രഭാത കിരണങ്ങൾ ജാലകത്തിലൂടെ ഒരു മനുഷ്യന്റെ കണ്ണുകളിൽ തെളിയുന്നു. അവൻ അസ്വസ്ഥതയോടും തെല്ലു അരിശത്തോടയും സ്വയം മുഖം മറക്കാൻ ശ്രമിക്കുന്നു. കിരണങ്ങൾ വീണ്ടും മുഖത്തിൽ പ്രകാശം പരത്തുന്നു. ഇത്തവണ മുഖം വ്യക്തം. അവൻ പായയിൽ നിന്നും പ്രകാശം വീഴാത്ത സ്ഥാനത്തേക്ക് നീങ്ങാൻ ശ്രമിക്കുന്നു. തെന്നി വീഴുന്നു. ഇരുമ്പ് ചങ്ങല പാളികൾ അവന്റെ കാലിന് മാംസാപേഷികൾ മുറിവേല്പിക്കുന്നു. (വേദനയുടെ ശബ്ദം).
കാലിന് ചോരയോട്ടം കൂടുന്നത് ഞെരമ്പുകൾ വലിയുന്ന തീക്ഷണതയിൽ നിന്നും വ്യക്തമാവുന്നു. അടച്ചിട്ട ഒരു ഇരുണ്ട മുറി. ചുറ്റുമുള്ളതൊക്കെ അവ്യക്തം. ദേഷ്യം പൂണ്ടു ഭ്രാന്തൻ കാലു വലിക്കുന്നു. തൊട്ടടുത്തിരുന്ന കുന്തിരിക്കംചട്ടിയിലാണ് തൊഴി കൊണ്ടത്. ചകിരി തൊണ്ടും പുകഞ്ഞു എരിഞ്ഞ കരിയും തറയിൽ പതിക്കുന്നു.വെളിയിൽ നിന്നുമുള്ള ശബ്ദം :"ആ ഉണർന്നോ എടിയേ ആ കതക് തുറന്നിട് "ഭ്രാന്തൻ ഇതും കേട്ടു ഒരു മൂലയിൽ ഒതുങ്ങി കൂടിയിരിക്കുന്നു

നാല്കവല :

ഒരു ഗ്രാമീണ പശ്ചാതലം, ചുറ്റും ചിന്നിചിതറിയ ആളുകൾ, വാക്ക് പയറ്റുകൾ നടത്തുന്ന കച്ചവടക്കാർ തിരക്കുപിടിച്ച മീൻ ചന്ത. അടച്ചിട്ട കൂട്ടിൽ നിന്നും കമ്പിപാളികളുടെ വിടവിലൂടെ നോക്കിയിരിക്കുന്ന കോഴിക്കൂട്ടങ്ങൾ. ഒരു ആതികായൻ റേഷനരി കടയിലേക്ക് നടന്നു കയറുന്നു.

കടക്കാരൻ :അല്ല ഇതാര്, അച്ചൂട്ടിയോ

അച്ചൂട്ടി :ദാ ഈ ലിസ്റ്റിലെ സാധനങ്ങൾ എടുത്തോ

കടക്കാരൻ :ഇന്നും പതിവുപോലെ തന്നെ അല്ലെ?

അച്ചൂട്ടി മിണ്ടുന്നില്ല

കടക്കാരൻ :എന്നും ഇങ്ങനെ കൂട്ടുകാരനെ മെയ്ച്ചു നടന്നാൽ മതിയോ

അച്ചൂട്ടി :പിന്നെ??

കടക്കാരൻ :ഒരു കല്യാണമൊക്കെ??

അച്ചൂട്ടി :അതിനൊന്നം സമയയില്ലാച്ചോ. പെണ്ണും പേരുങ്ങാണിയും വന്നാൽ ഒന്നും ശെരിയാവില്ലാ. ഇപ്പൊ തന്നെ വെല്യ മെനകെടാണു.

കടക്കാരൻ മനസിലായി എന്നാ ഭാവത്തിൽ മന്ദാഹസിക്കുന്നു.

കടക്കാരൻ സാധനങ്ങൾ കടലാസ് ലിസ്റ്റും കൈമാറുന്നു

അച്ചൂട്ടി : പോട്ടെ ഇന്ന് കവലയിൽ നടത്താൻ കൊണ്ടുപോകണ്ടത് ആണ്

അച്ചൂട്ടി തിരിഞ്ഞു നടക്കുന്നു

കടക്കാരൻ :കൂട്ടുകാരായാൽ ഇങ്ങനെ വേണം. കടക്കാരൻ സ്വയം മൊഴിയുന്നു.

അച്ചൂട്ടി കൈകളിൽ സാധനങ്ങളുമെന്തി മമ്പ്രം പടത്തില്കൂടെ നടന്നു വരികയാണ്. ഒരു മാക്രികുട്ടൻ പൊന്തച്ചളിയിൽ ചാടുന്നു. പനച്ചുവട്ടില്ല ചുറ്റും ആളുകൾ കൂടിരുന്നു ചീട്ടുകളി. അവർ പോണപൊക്കില് എന്തോ പുലമ്പുന്നുണ്ട്. അച്ചൂട്ടി നേരെ ഒരു ബിന്ദുവിൽ നോക്കി നടക്കുന്നു. താറാവിന് പറ്റങ്ങൾ ബണ്ടു മുറിച്ചു പ്രാഞ്ചി

നടക്കുന്ന്. മാക്രികുട്ടന്റെ മുഖം സൂക്ഷ്മമമായ ക്യാമെറയിൽ നിരീക്ഷിക്കുന്നു.

അച്ചൂട്ടി നേരെ വീടിന് കോലായിലേക്ക് കടന്നു ചെല്ലുന്നു. അച്ചൂട്ടി വാതിൽ തുറക്കുന്നു. ദീർഘ വീക്ഷണം ഇല്ലാതെ നേരെ കടന്നു ചെല്ലുന്നു. കൈയിലെ സഞ്ചി താഴെ വെച്ച മൂലയിൽ ഒതുങ്ങി ഇരിക്കുന്ന ഭ്രാന്തന്റെ നേർക്കു തിരിയുന്നു. അവൻ പരിഭ്രാന്തനാണ്. അച്ചൂട്ടി കാലിലെ വിലങ്ങഴിക്കാൻ ശ്രേമിക്കുമ്പോൾ തടുക്കുന്നു.

അച്ചൂട്ടി : നിന്റെയൊരു കാര്യം അടങ്ങിയിരിക്ക് അവടെ

അച്ചൂട്ടി അവനെ സ്വാതന്ത്രനാക്കിയത്തിന്റെ സന്തോഷം അവന്റെ മുഖത്തു മിന്നി മറയുന്നു.

കിണറ്റിന് പടിക്കൽ പാതിനഗ്നനാക്കി ഭ്രാന്തനെ ഇരുത്തിയിരിക്കുകയാണ് അച്ചൂട്ടി. ഒരു ഒറ്റതോർത്തു മാത്രമാണ് ഭ്രാന്തൻറെ വേഷം. അച്ചൂട്ടി ചകിരിതൊണ്ടില് സോപ്പ് പതപിച്ചു അവനെ കുളിപ്പിക്കുകയാണ്. രണ്ടു തൊട്ടി വെള്ളം avante തലയിൽ ഒഴിക്കുന്നു.

ഭ്രാന്തൻ : ഹൂ...... (തണുത്തു വിറക്കുന്നു)

ഒരു കള്ളിതോർത്തിൽ തലകുത്തിര്ത്തതിന് ശേഷം അച്ചൂട്ടി അവനെയും കൊണ്ട് പടിയിറങ്ങുകയാണ്. ഭ്രാന്തൻ പുത്തൻ ഫുൾ കൈ ഷർട്ടിൽ സുമുഖൻ.അവർ പറമ്പിൽ കൂടെ നടന്നകലന്നു. നേരത്തെ കണ്ട കാഴ്ചകൾ വീണ്ടും (അതെ ആളുകൾ, താറാവിന് പറ്റങ്ങൾ,പുതിയ മുഖങ്ങൾ പലരും കടന്നു പോകുന്നു).

ഇരുവരും ചായപ്പീടികയിൽ കേറുന്നു

ഫോക്കസിങ് ഓൺ തെ എയെസ് ഓഫ് അദർ characters.

-ഭീതിയും, ആസ്വസ്ഥതയും അവരുടെ കണ്ണുകളിൽ ഭ്രാന്തൻ കാണുന്നു. കൂസലില്ലാത്ത മട്ടിൽ അവൻ അച്ചൂട്ട്യോട് കൂടെ കടയിലേക്ക് കേറി ആളൊഴിഞ്ഞ ബെഞ്ചിൽ പ്രിഷ്ടം പതിപ്പിക്കുന്നു. അച്ചൂട്ടി :രണ്ടു ചായ

ഭ്രാന്തന്റെ മുന്നിലെ ചായഗ്ലാസ്സിൽ നിന്ന് നീരാവി പറക്കുന്നു. തെല്ലു ആകാംഷയോടെ ഗ്ലാസ് കൈയിൽ ഒതുക്കുന്നു. ഊതി ഊതി കുടിക്കുകയാണ് അവൻ. തന്റെ ശാന്തമായ സ്വഭാവത്തിൽ ഭീതി നിറഞ്ഞ മുഖങ്ങൾ കടന്നുപോകുന്നു.

പുഴക്കരയിലെ കരിങ്കല്പറയിൽ ഇരുന്നു കൊണ്ട് കാഴ്ചകൾ കാണുകയാണ് ഭ്രാന്തൻ. കൂനി കൂടി ഇരിക്കുന്ന ഭ്രാന്തൻ ചിന്ത മഗ്നനാണ്. പുഴകരയിലേക്ക് തന്നെ തുറിച്ചു നോക്കി അതിന്റെ ഒഴുകിൽ മുഴുകി ചടഞ്ഞു ഇരിപ്പാണ്.

ഒരു കടത്തുവഞ്ചിയിൽ നിറയെ ആളുകളുമായിട്ട് അക്കരക്ക് പോകുന്ന ചെറുമൻ. കരുമാടി കുട്ടികൾ മാറി വെള്ളത്തിലേക്ക്ക് കുതിക്കുന്നുണ്ട്. ഭ്രാന്തന്റെ മുഖത്തേക്ക് വെള്ളത്തുള്ളികൾ ചീറ്റി തെറിക്കുന്നു. അവൻ അതിൽ പരിഭ്രാന്തി കാണിക്കുന്നു.(പുഴകൾക്ക് ചലിക്കാൻ മുന് ധാരണകൾ ഇല്ല അവർ ഒഴുകി ചെമ്മണ്ണിൽ തഴുകി ദൃഡസ്വാസ്ഥ്യം സൃഷ്ടിക്കുന്നു.അതേപോലെ ആണ് അതിലെ മീനുകളും.സ്വാതന്ത്ര്യത്തോടെ തുള്ളികളിക്കുന്ന മീനുകൾക്ക് മുന് ധാരണയില്ല, തടസവും ഇല്ല).

തിരശീലയിൽ കാണുന്നത് ഒരു പഴയ പള്ളി പറമ്പ് ആണ്. ഇടിഞ്ഞ മതിൽക്കട്ടുള്ളൾക്ക് മുൻപിൽ നിൽക്കുകയാണ് അച്ചൂട്ടിയും കൂട്ടുകാരനും. അച്ചൂട്ടി ഏതോ ബാല്യകാല സ്മരണയിലാണ്. മതിൽ കെട്ടിനുമുകളിലൂടെ തളിർത്തു ചാഞ്ഞുനിക്കുന്ന മാവിൻ കൊമ്പത്താനു അച്ചൂട്ടിയുടെ നോട്ടം. പഴയകാലം. അമ്മുക്കുട്ടിയും അച്ചൂട്ടിയും രഘുവും പറമ്പ് ചാടി കടക്കുന്നു. അച്ചൂട്ടി മാവിൻ കൊമ്പത്തു നിന്നുകൊണ്ട് പഴുത്ത മാങ്ങ നോക്കി താഴേക്ക് ഇതിർത്തു ഇടുന്നു. രഘുവും, അമ്മുക്കുട്ടിയും താഴെ നിന്ന് സന്തോഷദ്ഗാമാരായി നിൽക്കുന്നു.

രഘു :ഒന്നൂടി

അമ്മുക്കുട്ടി : അച്ചുട്ടാ ഇനിയും.

(പട്ടിയുടെ കുര കേൾക്കുന്നു)
പഴയകാലത്തെ വിസ്മരിക്കാൻ എന്നാ പക്ഷം.
അച്ചൂട്ടിയെ ഇപ്പോൾ കാണുന്നത് മാവിൻ കൊമ്പത്താണ്. തൊട്ടുതാഴെ രഘു അന്താ ളിച്ചു നില്കുന്നു.
പട്ടി കിതച്ചു ഓടി വരുന്നു. അച്ചൂട്ടി താഴെ നിന്ന് നോക്കി നിൽക്കുന്ന രഘുവിനോട് ഓടാൻ പറയുന്നു. രഘുവിനെ പട്ടിയിട്ടു
ഓടിക്കുന്നു.പരിഭ്രാന്തനായത് പോലെ അവൻ ഒന്ന് വീഴുനന്നു, വീണ്ടും ഓടുന്നു. അച്ചൂട്ടി സദീർത്യന്റെ കൈപിടിച്ചു മതിൽക്കട്ടു കടക്കുന്നു. (പട്ടിയുടെ കുര പശ്ചാത്തലത്തിൽ).
രണ്ടു പേരും തൊടിയില്ലൂടെ നടക്കുന്നു. ഇരുവരും കിതക്കുന്നുണ്ട്.അച്ചൂട്ടി മുൻപിലാണ്.
അച്ചൂട്ടി : രഘുവേ നിനക്ക് വെല്ലോം ഓർമ വരുന്നുണ്ടോ..
പണ്ട് നമ്മൾ ഓടി കളിച്ചിരുന്ന പറമ്പ് ആയിരുന്നു അത്. ഇപ്പൊ kanda മെത്രച്ചന്മാർ ഭരണം തുടങ്ങി.
രഘു മൗനം പാലിക്കുന്നു.
അച്ചൂട്ടി :നല്ല രസായിരുന്നു അതൊക്കെ.
നിനക്ക് പിടികിട്ടുന്നുണ്ടോ?.
രഘു :ഇല്ല ഇല്ല.
അർദ്ധബോധാവസ്ഥയിൽ പുലമ്പുന്നു.
അച്ചൂട്ടി : കൊള്ളാം (അവൻ ചിരിക്കുന്നു)
എതിർദിശയിൽ നിന്നും ആളുകളുടെ പ്രവാഹം.
ചീട്ടുകളിയിൽ ആകൃഷ്ഠരായ ചെറുപ്പക്കാറുണ്ട് കൂട്ടത്തിൽ.
ഇരുവരും ധൃതിയിൽ ആണ് വരുന്നത്...
മദ്യലഹരിയിൽ ആട്ടവും വിരസതയും ഉണ്ട് അവർക്ക്. മന്ത്രം വയലിലെ ചെറിയ തോടിനോട് ചേർന്നുള്ള വരമ്പിൽ ഇരു ഭാഗക്കാരും നിൽക്കുന്നു. മദ്യലഹരിയിൽ ആണ്ട യുവാക്കൾ വരമ്പുകൾ മുറിച്ച് കടക്കുന്നു. അച്ചൂട്ടിയും രഘുവും നോക്കി നില്കുന്നു. പതിയെ എതിർഭാഗത്തു ആളുകളുടെ എണ്ണം

കുറയുന്നതാനുസരിച് അവർ ചുവടു വയ്ക്കുന്നു. അച്ചൂട്ടിയെ കടന്നു പോയിരിക്കുന്നു എതിർവശത്തു കൂടെ ചലിക്കുന്ന ദീർഘകായൻ. വേഗത്തിൽ ചലിക്കുന്ന യുവാവ് ദൃഡതയുള്ള രഘുവിന്റെ തോള്ളിൽ തട്ടി തെറിക്കുന്നു ചെളിയിലേക്ക്. (മദ്യബോധാവസ്ഥയിൽ ആയിരിക്കാം)

ചെറുപ്പക്കാരൻ :എവടെ നോക്കിയടാടാ പട്ടി നടക്കണേ.

ചെറുപ്പക്കാരൻ രഘുവിന്റെ കോളേറിൽ കയറി പിടിക്കുന്നു.

അച്ചൂട്ടി : അതെ വേണ്ട സുഖം ഇല്ലാത്തവന. ഒന്നും ചെയ്യരുത്.

അച്ചൂട്ടി അപേക്ഷിക്കുന്നു. അച്ചൂട്ടിടെ യാചനയിൽ ഭ്രിഷ്ട് കല്പിച്ചുകൊണ്ട് ചെറുപ്പകാരൻ ഭ്രാന്തന്റെ കരണത്തു ഒരടി കൊടുക്കുന്നു.

ചെറുപ്പക്കാരൻ : കണ്ട ഭ്രാന്തന്മാർ കൂടെയുണ്ടെങ്കിൽ നീയും കൊള്ളും അടി.

മദ്യലഹരിയിൽ ഉള്ള ചെറുപ്പക്കാരൻ പുലമ്പുന്നു :വട്ടൻ പട്ടി നിന്നെ ഞാൻ

അവൻ പാതി എഴുന്നേറ്റു അടിക്കാൻ കൈ ഓങ്ങുന്നു. ബലിഷ്ഠമായ രണ്ടു കരങ്ങൾ ആ ചെറുപ്പക്കാരന്റെ കഴുത്തിൽ പിടിമുറുക്കുന്നു. ഭ്രാന്തന്റെ കണ്ണുകളിൽ തീക്ഷണത. കനൽ എരിയുന്ന തീവ്രത, രൗദ്ര ഭാവം. ക്രോധം പൂണ്ടു നില്കുന്ന അവനെ ആളുകൾ നോക്കി നിക്കുന്നു. ചെറുപ്പക്കാരന്റെ കാലുകൾ ഭൂമിയിൽ നിന്നും തെല്ലു ഉയരെ. (പിടിമുറുക്കം ശക്തം)

പിന്നിൽ നിന്നുമുള്ള ഒരടി. ഭ്രാന്തൻ വീഴുന്നു. കൂടെ ചെറുപ്പകാരനും. ഭ്രാന്തന്റെ ശരീരത്തിൽ പൊടുന്നനെ തല്ലുന്നു.. (വേദനയുടെ ശബ്ദം).

അച്ചൂട്ടി അതെ സമയാണ് ഓടി വന്നു കൈകൾ കൈലിമുണ്ട് കൊണ്ട് കൂട്ടി കെട്ടി ആളുകളിൽ നിന്നും ഭ്രാന്തനെ രക്ഷിച്ചു കൊണ്ടുപോകുന്നു. പിറകിൽ നിന്നുമുള്ള ശബ്ദം :"കൊണ്ട്

ചങ്ങലക്കളെടെടാ ഈ ഭ്രാന്തനെ ".-കരയുന്ന ശബ്ദങ്ങൾ. ഭ്രാന്തന്റെ ദയനീയ ഭാവം കണ്ടു അച്ചൂട്ടി വിതുമ്പുന്നു.

രാത്രി

കൈകൾ ബന്ധിച്ചു ഇരുട്ടിന്റെ മറവിൽ കിടന്നുറങ്ങാൻ ശ്രെമിക്കുകയാണ് ഭ്രാന്തൻ. കാലുകളിൽ ക്ഷതമേറ്റിട്ടുണ്ട് വേദനയോടെ കിടക്കുകയാണ്. കാലിലെ വൃണങ്ങൾ ഫോക്കസിൽ കാണാം. അതിൽ ഏതോ പച്ചല മരുന്നുകൾ പുരട്ടിയിട്ടുമുണ്ട്. വേദനയിലും കൈകൾ കൂട്ടി കെട്ടിആശേഷം അയാൾ കൈകൾ ചേർത്ത് പിടിച്ചു കൈപ്പത്തിയിലെ വിരലുകളുടെ ചേർച്ചയിൽ കൗതുകം കാണുന്നു. മാനസികാനിലയുടെ ചാഞ്ചാട്ടമാണ് ഭ്രാന്തൻ കാണിക്കുന്നത്.

അടുത്ത ദിവസം

കൂടികെട്ടിയ കൈകളുമായ് നിലമ്പൊത്തി കിടക്കുകയാണ് ഭ്രാന്തൻ. സുഖനിദ്ര. വെളിയിൽ നിന്നും സ്ത്രീ ശബ്ദം കേൾക്കുന്നു. ഇന്നേവരെ കേൾക്കാത്ത ശബ്ദവീജികൾ ആരുടെ എന്നറിയാനുള്ള ആകാംഷ ആണ് മുഖത്ത്. പതിയെ ജാലകത്തിന് അടുത്തേക്ക് നീങ്ങുന്നു. ജനാല മെല്ലെ ശരീരസ്വസ്ഥതയോടെ തുറക്കുമ്പോൾ പ്രകാശ കിരണങ്ങളുടെ ഒരു ശ്രെണീ ഉള്ളിലെ ഇരുണ്ട മുറിക്കകത് ഇമ്പം സൃഷ്ടിക്കുന്നു. ഭ്രാന്തന്റെ കണ്ണുകളിൽ നിന്ന് കാണുന്നു. അച്ചൂട്ടി ഏതോ സ്ത്രീയോട് കാര്യമായിട്ട് സംസാരിക്കുകയാണ്. (സംഭാഷണം അവ്യക്തം)

പുത്തൻ പുതിയ സിൽക്ക് വസ്ത്രങ്ങൾ അണിഞ്ഞാണ് സ്ത്രീ നിക്കുന്നത്. ഒരു കൈയിൽ പൊതിയും കരുതിട്ടുണ്ട്. സ്ത്രീയിൽ ശ്രദ്ധ ചെലുത്തുന്നു. സംസാരത്തിന്റെ ഇടക്ക് അച്ചൂട്ടി ഭ്രാന്തന്റെ മുറിയിലേക്ക് കൈ ചൂണ്ടുന്നത് കാണാം. ദീർഘ നേരത്തെ സംഭാഷണതിനോടുവിൽ അവർ പിരിയുന്നു. ഭ്രാന്തന്റെ കണ്ണുകളിൽ ആകാംഷ. അവൻ ജനാല

മൂടി അടച്ചു, കുറ്റിയിട്ടു മാറി ഇരുന്നു വ്യഗ്രതയോടെ ചിന്തിക്കുന്നു.

അടുത്ത ഘട്ടം

ഷോകേസിലെ ചിത്രങ്ങൾക്ക് മുന്നിൽ (പുറംതിരിഞ്ഞു) നിന്ന് വീക്ഷിക്കുന്ന ഭ്രാന്തൻ. കീരിപഴകിയ കൈലി. പരുക്കൻ ശരീരം. നിശ്ചലത. കേസിലെ ചിത്രങ്ങൾ ഓരോന്നായി വീക്ഷിക്കുന്നു.. ചിത്രങ്ങൾ പലതും ചിതലരിച്ചവയാണ്. ഒന്നിലും ആകർഷണം തോന്നിയില്ല. പലതും ആദ്യ കാഴ്ചയിൽ കാണുന്നു എന്നാ വിധം ഏറെ ശ്രദ്ധ ചെലുത്തുന്നു. ചിത്രങ്ങൾക്ക് മുകളിൽ തടികഷണങ്ങൾ കൊണ്ട് രൂപപ്പെടുത്തിയ പാവകൾ, ഒരു പഴയകാല ക്ലോക്ക്, നടരാജ വിഗ്രഹങ്ങൾ, ഏറെ സമഗ്രഹികൾ.

ഭ്രാന്തന്റെവിറക്കുന്ന കൈകൾ മെല്ലെ ഉയരുന്നു. അവൻ ഒരു കൊച്ചുകുട്ടിയുടെ കൗതുകത്തൂടെ കേസ് ചിലില്ലൂടെഅതിൽ തൊടാൻ ശ്രെമിക്കുന്നു. യന്ത്രങ്ങളുടെ പ്രവർത്തനത്താൽ മുഴങ്ങുന്ന ശില്പങ്ങൾ. (അലാറം മുഴക്കം).

വെറിപിടിച്ച വെരുകിനെപോലേ ഭ്രാന്തൻ ഭ്രമം കാട്ടുന്നു.

അടുക്കളയിൽ നിന്ന് ഒച്ച കേട്ടു ഓടിര്ത്തുന്ന അച്ചൂട്ടി.

അച്ചൂട്ടി :എന്താ ശബ്ദം?

അച്ചൂട്ടി പരിഭ്രമം കാട്ടി നിക്കുന്ന ഭ്രാന്തനോട്..

അച്ചൂട്ടി : എന്തിനാ രഘു ആവശ്യമില്ലാത്തത്തിൽ ഒകൈ തൊടുന്നെ.

രഘു കണ്ണാടിച്ചില്ലിലക്കു നോക്കുന്നു.

അച്ചൂട്ടി :ആഹാ ഇതാരപ്പാ

നമ്മുടെ പടം നോക്കിണോ?? നിനക്ക് ഓർമ വരുന്നുണ്ടോ??

ഒരു പഴയാ കാല ചിത്രമാണ് അച്ചൂട്ടിടെ കൈയിൽ (ചിത്രത്തിൽ അച്ചൂട്ടി, രഘു, അമ്മുക്കുട്ടി)

ഭ്രാന്തൻ എന്തെനില്ലാതെ കണ്ണുകളുടെ ദിശ മാറ്റി ചൂണ്ടുന്നു. അച്ചൂട്ടിടെ മുഖത്ത് അസ്വസ്ഥത, അസംതൃപ്തി

അച്ചൂട്ടി : ഹും ബാ വന്നു കഞ്ഞി കുടിച് കിടക്കൻ നോക്ക്.
ഭ്രാന്തൻ മെല്ലെ പതിഞ്ഞു നീങ്ങുന്നു. നേത്രങ്ങളുടെ ദിശ നടക്കുമ്പോഴും കണ്ണാടി ചിലിലേക്ക് ആണ്.. ചില്ലിലെ ചിത്രം ഫോക്കസിൽ തെളിഞ്ഞു കാണുന്നു.

വെയിൽ മങ്ങിയ ഒരു വൈകുന്നേരം ജനാലയുടെ അരികിൽ ഇരുന്നത്കൊണ്ട് വെളിയിലേക്ക് നോക്കി കാഴ്ചകൾ കാണുകയാണ് ഭ്രാന്തൻ. പ്രകൃതിയുടെ ഭംഗിയിൽ അവൻ തൃപ്തനാണ്.പക്ഷെ അത് അനുഭവിക്കാൻ കഴിയാ തപോയ ജന്മതോട് വിരക്തിയും ചുറ്റുപാടുമുള്ള ആസ്വാദകരായ സമൂഹത്തോടും തീരാത്ത അസൂയയും. ജനൽ പാളികളിൽ തലവെച്ചു ചായുകയാണ് ഈ നികൃഷ്ട ജന്മം. ജനാലയിൽ പ്രതീക്ഷിച്ചതോനം വരാത്തതിൽ കുലീനനായ നോക്കി വിതുമ്പിയിരിക്കുന്നു.
രാത്രി
ഏകനായ ചിന്തയിൽ മുഴുകി ഇരിക്കുന്ന രഘു കൈയിൽ മുറിഞ്ഞുപോയ കൊറേ ചിത്രങ്ങളുടെ ശകലങ്ങൾ ഉണ്ട്. വേരറ്റുപോയ ചിത്രങ്ങൾ തമ്മിൽ കൂട്ടിയോജിപ്പിക്കുന്ന ധൃതിയിൽ ആണ് ഭ്രാന്തൻ.
രാവിലെ അടുത്ത ദിനം
പതിവുപോലെ ജനൽ കമ്പിയിലൂടെ വെളിയിലേക്ക് നോക്കി ഇരിക്കുന്ന ഭ്രാന്തൻ. കൈയിൽ ചിത്രങ്ങളുമുണ്ട്. അത് കാണിക്കാൻ ഉള്ള പരവേശവും. ഒരു മൈന മാവിൻകൊമ്പിൽ ഇരുന്നു ഓള്ളി ഇടുന്നു. ചുറ്റുപാടുമുള്ള സമൂഹത്തിലേക്ക് ഒരു നേർകാഴ്ച. തന്റെ വീട്ടുപരിസരത്തു കൂടെ ഓടിപ്പോകുന്ന സ്കൂൾ കുട്ടികൾ, തോളിൽ കനമുള്ള ബാഗുകൾ, വാട്ടർ ബോട്ടിലുകൾ തിരക്കിൽ നടക്കുന്ന ആളുകൾ . എല്ലാവരെയും അത്ഭുതത്തൂടെ നോക്കി ഇരിക്കുന്ന ഭ്രാന്തൻ.

തൊട്ടടുത്ത വീട്ടിൽ കളിച്ചുകൊണ്ടിരിക്കുന്ന ബാലന്മാർ ഒരു പന്ത് മുറ്റത്തേക്ക് ഇറയത്തേക്ക് ശക്തിയിൽ വന്നു വീഴുന്നു. വീഴ്ചയിൽ നാല് തവണ കുത്തിക്കുന്നുണ്ട്. ഗേറ്റിനടുത്തു വിറങ്ങലിച്ചു നിക്കുന്ന ബാലനേ ഭ്രാന്തൻ കാണുന്നു. മുഖത്ത് നല്ല പ്രസരിപ്പുണ്ട്. സ്വഭാവത്തിലും അസൂയ തോന്നും വിധം. പന്ത് കൈകക് ലാക്കി നിക്കുന്ന അവനെ ഭ്രാന്തൻ കൂകി വിളിക്കുന്നു :ക്കൂ..........

കുട്ടിത്തം നിറഞ്ഞ മുഖത്ത് ചെറിയ പരിഭ്രമം പടർന്നു എങ്കിലും നിഷ്കളങ്കമായ മനസിന് അത് കേൾക്കാതിരിക്കാനായില്ല.ഭ്രാന്തന്റെ രൂപത്തിൽ പാവം തോന്നിയ കുട്ടി ജനാലയുടെ അരികിൽ ഇരുന്നു കൂകി വിളിക്കുന്ന ഭ്രാന്തന്റെ അരികിലേക്ക് മെല്ലെ നീങ്ങുന്നു. അവൻ ആ കുട്ടീയെ നോക്കി പുഞ്ചിരിക്കുന്നു. കുട്ടി തിരിച്ചും. ഭ്രാന്തൻ തന്റെ കൈയിലുള്ള ചിത്രം അവന്റെ മുന്നിലേക്ക് നീട്ടുന്നതും വെളിയിൽ നിന്നുള്ള ഭ്രാന്തമായ ഒരു അലർച്ച :ഡാ.......

ഭ്രാന്തൻ ഒരു പേടിച്ച മൃഗത്തെ പോലെ കൈ ഉള്ളിലേക്ക് വലിക്കുന്നു.ചിത്രം നിലം പതിക്കുന്നു

വഴിയാത്രികൻ :കണ്ടാ ഭ്രാന്തന്റെ അരികിൽ ആണോ കുശലത്തിനു പോകുന്നത്. പൊക്കോ...

അവൻ ആ കുട്ടീയെ ഓടിച്ചു വിടുന്നു. യാത്രികൻ ഒരു കരിങ്കല്ല് ഉന്നത്തിൽ എറിയുന്നു. നേരെ ഭ്രാന്തന്റെ തലക്ക്. (വേദന)

പേടിച്ചു ഓടുന്നാ കുട്ടി നിലവിളിക്കുന്നു..

"അയ്യോ ഭ്രാന്തൻ "

ശരീരത്തിൽ ആഴത്തിൽ പതിച്ച മുറിവിനെക്കാളും വേദനിപ്പിച്ചത് നിഷ്കളങ്കത നിറഞ്ഞ ആ കുട്ടിയുടെ നിലവിളി ആരുന്നു. സമൂഹത്തിന്റെ മുൻപിൽ അടിയറവു പറഞ്ഞാ മാനവികതയുടെ പരിയായം ആവുകയാരുന്നു അവിടെ രഘു എന്നാ വ്യക്തി. (പരിതാപകരമായ മുഖം)

ഏറിന്റെ ശക്തിയിൽ തെറിച്ചുവീഴുന്ന ഭ്രാന്തൻ കണ്ണാടിച്ചില്ലയിലെ തന്റെ പ്രതിബിംബത്തെ കാണുന്നു. നിസഹായനായ ഒരു ഭ്രാന്തനെ അവൻ അതിൽ കാണുന്നു.. ചുറ്റുമുള്ള സമൂഹത്തിന്റെ ഭ്രാന്തൻ എന്നാ വിശേഷണങ്ങൾ കാതുകളിൽ മുഴക്കം സൃഷ്ടിക്കുന്നു. ക്രൂധനായ അവൻ കൈയിലുള്ള ചിത്രങ്ങൾ വലിച്ചു കീറുന്നു.

പതിവുപോലെ കൈകളിൽ സഞ്ചിയുമെന്തി നടന്നു വരുന്ന അച്ചൂട്ടി. കോലായിലേക്ക് നടന്നു കേറുന്നു. എന്തെന്നില്ലാത്ത ഒരു നിശ്ചലത. സംശയിച്ചു നിൽക്കുന്ന അച്ചൂട്ടി ഭ്രാന്തന്റെ മുറിയിലേക്ക് നോക്കുന്നു. കതക് തുറന്നു ഇട്ടിരിക്കുന്നു. (നടപ്പിൽ വേഗത)

അകത്തേക്ക് പ്രവേശിച്ച അച്ചൂട്ടി കാണുന്നത് പൊട്ടിച്ചിട്ടിരിക്കുന്ന ചങ്ങലകളാണ്.കണ്ണാടി ചില്ലുകളും ചിന്നി ചിതറി കിടക്കുന്നു.മുറി ശൂന്യം. അച്ചൂട്ടി വേഗത്തിൽ പുറത്തേക്ക് കുതിക്കുന്നു. അച്ചൂട്ടിയുടെ പരിഭ്രമം നാടു ആകെ വ്യാപിക്കുന്നു. അതേറ്റ് പിടിച്ചു നാട്ടുകാരും.

ഭ്രാന്തന്നു വേണ്ടിയുള്ള തിരച്ചിൽ നാടെങ്ങും. അവൻ പോകാറുള്ള വഴികളിലേക്ക് ഒരു അതിവേഗം സന്ദർശനം. (മമ്പ്രം പാടം , പള്ളിപ്പറമ്പ്,തോട്, ആറ്റിൻ പക്കം, ചായക്കട)

അച്ചൂട്ടിയുടെ കിതപ്പിന് താളത്തെ ഏറ്റുപിടിക്കുകയാണ് അമ്പലത്തിൽ ശീവേലിയിലെ കൊട്ടും പാട്ടും

ഇരുണ്ട മേഘങ്ങൾ ഒന്നിനൊന്നു വേഗത്തിൽ മൂടി ഒളിക്കുന്നു. ക്ഷീണിതനായ അച്ചൂട്ടി -അവശതയിൽ നടന്നു വരികയാണ്. നേരം രാത്രി മങ്ങി. ശീവേലിയുടെ മുഴക്കം കഴിഞ്ഞിരിക്കുന്നു. അവശത തന്റെ കാലുകളെ കൂച്ചുവിലങ്ങിട്ടു തളർത്തിയിരിക്കുന്നു. പലക കസേരയിൽ അസനാസ്തനായ ശേഷം ദീർഘാശ്വാസം. ആലോചനയിൽ മുഴുകാനുള്ള ശരീരസുഖം ആ ദേഹത്തിനില്ല. അതുകൊണ്ട് തന്നെ സ്വയം വിശ്രമിക്കുകയാണ് അയാൾ. ഒരു

നിമിഷത്തേക്ക് കണ്ണുകൾ ജനാല പടിയിലേക്ക് ഓടിക്കുന്നു. ജനാല തുറന്നു കിടക്കുന്നു. ജനാലയിലൂടെ നോക്കുന്ന ഭ്രാന്തന്റെ രൂപം സങ്കല്പികം ആയി അവിടെ തെളിയുന്നു. അച്ചൂട്ടി മുറി തുറന്നു അകത്തേക്ക്. പൊട്ടിച്ചിതറി കിടക്കുന്ന ചില്ലുകളും, ചങ്ങലപ്പാളികൾ വീണ്ടും വീക്ഷണത്തിൽ. അതിരുകളില്ലാത്ത ദിശായിലേക്കുള്ള ചുവരുകൾ. അതിനു മുൻപിൽ നിക്കുന്ന ഭ്രാന്തമായ മുഖം. മനുഷ്യ സ്വാതന്ത്ര്യതെ ചൂഷണം ചെയ്യുന്നാ മാനവികതയെ മനുഷ്യ മൃഗങ്ങളെ നാം കാണുന്നു.

നിരീക്ഷണത്തിൽ മുഴുകിയിരിക്കുന്ന അച്ചൂട്ടിടെ നേർക്ക് ഒരു ചിത്രം കടന്നു വീഴുന്നു. (മുറിഞ്ഞുപോയ കടലാസ്സ് കഷ്ണങ്ങൾ) കൂട്ടി യോജിപ്പിക്കുന്നു.

ദീർകവീഷണത്തിലെന്ന പോലെ വേരറ്റ് പോയ ആ ചിത്രശകലത്തിലെ രൂപം അച്ചൂട്ടിക്ക് മുന്നിൽ യഥാസ്ത്യ തെളിഞ്ഞു കാണപ്പെടുന്നു.

അച്ചൂട്ടി : അമ്മുക്കുട്ടി........

അച്ചൂട്ടിടെ മുഖത്ത് സന്തോഷം -തന്റെ ഉറ്റ ചങ്ങായി ഭ്രാന്തത എന്നാ രോഗത്തിൽ നിന്നും മോചിതനാകാൻ ശ്രെമിക്കുകയാരുന്നു എന്നാ വിശ്വാസം. അതിന്റെ തെളിവാരിക്കാം കാലങ്ങൾക്ക് മുൻപ് വെരറ്റ് പോയാ ബന്ധങ്ങൾ-ഓർമ്മകൾ ഇവയെല്ലാം ചിത്രങ്ങളിലൂടെ കൂടി യോജിപ്പിക്കാൻ ശ്രെമം നടത്തിയത്. ആകാംഷഭരിതനായ വീടുവിട്ടു ഓടിവരുന്ന അച്ചൂട്ടി, നേരെ കേറിചെല്ലുകയാണ് അമ്മുകുട്ടീടെ വീട്ടുപടിക്കലേക്ക്. വീടിന് മുറ്റത്തു ചിമ്മിനിവിളക്കിന്റെ പ്രകാശത്തിൽ അകത്തേക്ക് കയറി ചെല്ലുന്ന അച്ചൂട്ടി കാണുന്നത് പലകകട്ടിലിൽ ഇരുന്ന് കൊണ്ട് തന്റെ കൈവിരലുകളുടെ നേർത്ത ചേർച്ച നോക്കികൊണ്ട് ഇരിക്കുന്ന ആ പഴയ രഘുവിനെയാണ്.

അച്ചൂട്ടി : രഘു....??
(സന്തുഷ്ടതയോടെ വിളിക്കുന്നു)
ബലിഷ്ഠമായ കൈവിരലുകൾ താഴുമ്പോൾ കാണുന്നത് അമ്മുക്കുട്ടിയേ ആണ്. (മുൻപ് സ്ക്രീനിൽ കണ്ട സിൽക് സാരിയുടുത്ത സ്ത്രീ)..
വായിൽ നിന്നും രക്തം ഊർന്നു ഇറങ്ങുന്നുണ്ട്. തുറന്നു പിടിച്ചിരിക്കുന്ന ആ sthreeyude കണ്ണുകൾ നോക്കുന്നത് രഘുവിനെ ആണ്.
സന്തുഷ്ടമായ മുഖത്തിൽ വില്ലലേറ്റിട്ടെന്ന പക്ഷം അച്ചൂട്ടി മുഖനാണ്. നിസഹായനായ അച്ചൂട്ടി രഘുവിനെ നോക്കി നിൽക്കുന്നു. രഘു തലക്ഷണം കൈകൾ കൂട്ടിപിടിക്കുന്നു.-(തന്നെ ബന്ധിയാക്കാൻ ആവശ്യപ്പെടുന്നു)-കൈകൾ കൂടികെട്ടിയ അച്ചൂട്ടി നിരാശനായ തിരിഞ്ഞു നിന്ന് കണ്ണ് തുടക്കുമ്പോൾ ഭ്രാന്തന്റെ നേർത്ത ശബ്ദം 'അച്ചൂട്ടി "
അച്ചൂട്ടി ഒരു ഞെട്ടലൂടെ തിരിഞ്ഞു നോക്കുന്നു. താൻ ഏറെകാലങ്ങൾക്ക് ശേഷം കേൾക്കാൻ കൊതിച്ച ആ വിളി.-അച്ചൂട്ടി എന്ന്. പക്ഷേ ആ ഞെട്ടലിൽ ആശ്ചര്യമെല്ലാരുന്നു നിരാശയും ദുഖവും മാത്രം.
രഘു :" അച്ചൂട്ടി എനിക്ക് ജീവിക്കണ്ട.
സ്വാതന്ത്ര്യമാഗ്രഹിച്ച എനിക്ക് ഈ ജന്മം അത് കിട്ടൂല. ഈ സമൂഹത്തിൽ നിന്ന് ഈ ആളുകളിൽ നിന്ന് അത് ഒരിക്കലും ഇല്ല. എനിക്ക് ജീവിക്കണ്ട. എന്നെ കൊല്ല് അച്ചൂട്ടി എനിക്ക് വേണ്ടി ഇത് ചെയ് അച്ചൂട്ടി."
കാലകലെങ്ങളോളം ഒരു കാവൽ പട്ടി യെ പോലെ അലഞ്ഞു ഒരു ആശ്രിതനായ അച്ചൂട്ടി ഭ്രാന്തന്റെ ആവശ്യങ്ങൾക്ക് അതീതമായി എല്ലാം നോക്കികണ്ടു പ്രവർത്തിച്ചുവന്ന ആ അച്ചൂട്ടി. അവൻ ആദ്യമായ് സ്വബോധത്തൂടെ ആവശ്യപ്പെട്ട ഒരു കാര്യം ചെയ്യില്ല്യെന്ന് മറിച്ചു പറയില്ലെന്ന് ഉറപ്പാണ്.

വികാരതീതനായി കൈയിലെ കെട്ടഴിച്ചു ഭ്രാന്തന്റെ ആവശ്യം നിറവേറ്റികൊടുക്കുകയാണ് ആശ്രിതനായാ അച്ചൂട്ടി. (കസേര മറിഞ്ഞുനിലത്തു വീഴുന്നു)-നഗ്നമായ ഒരു രൂപം കാലിട്ടടിക്കുന്നു.വിഷാദത്തിൽ ആണ്ട അച്ചൂട്ടി വെളിയിലിറങ്ങ്യ നിന്ന് വിതുമ്പി കരയുന്നു. പശ്ച്ചാത്തലത്തിൽ

മരിച്ചു കിടക്കുന്ന ജടങ്ങളും....

Chapter 2 Aham

Ñ1ശിവരാത്രി ദിവസം

ഇരുൾ പ്രച്ഛന്നതയിൽ ഒരു വീട്ടിൻ മുൻവശം തെല്ല് വെളിച്ചത്തിൽ നിഴലിക്കുന്നു .
വീടിന്റെ ഇന്റീരിയറിൽ ശ്രദ്ധ കേന്ദ്രീകരിക്കുന്നു. നിഷ്കളങ്കമായ ഒരു യുവാവിന് മുഖം കാണുന്നു. സുദീർഖം നിറഞ്ഞ ഒരു പുഞ്ചിരി അവൻറെ മുഖത്ത് കാണുന്നു. ആകാംക്ഷ, ടിവിയിൽ നോക്കി ഇമവെട്ടാതെ ഇരിക്കുന്നു. ചമ്രം പടിഞ്ഞാണ് ഇരിപ്പ്. (ടിവിയിൽ ശിവശ്ലോകം കേൾക്കുന്നു)

ശ്ലോകം : NB

ഇരുകൈകളും താടി മേൽ കൽപ്പിച്ച് കുലീനനായി നോക്കി ഇരിക്കുന്ന യുവാവ്. ഉദരങ്ങൾക്ക് ദൃഢത കൊടുത്താണ് ഇരിക്കുന്നത്. സമയം 11:30 PM, ചാനലിൽ ശിവമല്ല് പാരായണം. ആ ദിനം കഴിഞ്ഞു പോയി.....

തിരശ്ശീലയിൽ വെട്ടം തെളിയുമ്പോൾ.....
ക്യൂഷൻ മെത്തയിൽ തലവെച്ച് കിടന്നു ഉറങ്ങുന്ന യുവാവ്....

(ഒരു സ്ത്രീ ശബ്ദം)
ഇന്നും ഉറങ്ങി അല്ലേ, തല പെരുക്കും എടാ പോയി കട്ടിൽ കിടക്ക്.
ഞെട്ടി എണീക്കുന്ന ശിവു ... ചുറ്റും നോക്കുന്നു , എന്നിട്ട് ഭിത്തിയിലെ ക്ലോക്കിലേക്ക് സമയം രാവിലെ 7:30 AM. സ്ത്രീ : ആ ഇനി അടുത്ത ശിവരാത്രിക്ക്.

Anotherശിവരാത്രി ദിവസം

ഇരുൾ പ്രച്ഛന്നതയിൽ ഒരു വീട്ടിൻ മുൻവശം തെല്ല് വെളിച്ചത്തിൽ നിഴലിക്കുന്നു .
വീടിന്റെ ഇന്റീരിയറിൽ ശ്രദ്ധ കേന്ദ്രീകരിക്കുന്നു. നിഷ്കളങ്കമായ ഒരു യുവാവിന് മുഖം കാണുന്നു. സുദീർഘം നിറഞ്ഞ ഒരു പുഞ്ചിരി അവൻറെ മുഖത്ത് കാണുന്നു. ആകാംക്ഷ, ടിവിയിൽ നോക്കി ഇമവെട്ടാതെ ഇരിക്കുന്നു. ചമ്രം പടിഞ്ഞാണ് ഇരിപ്പ്. (ടിവിയിൽ ശിവശ്ലോകം കേൾക്കുന്നു)

ശ്ലോകം : NB

ഇരുകൈകളും താടി മേൽ കൽപ്പിച്ച് കുലീനനായി നോക്കി ഇരിക്കുന്ന യുവാവ്. ഉദരങ്ങൾക്ക് ദൃഢത കൊടുത്താണ് ഇരിക്കുന്നത്. സമയം 11:30 PM, ചാനലിൽ ശിവമല്ല് പാരായണം. ആ ദിനം കഴിഞ്ഞു പോയി.....

തിരശ്ശീലയിൽ വെട്ടം തെളിയുമ്പോൾ.....
ക്യൂഷൻ മെത്തയിൽ തലവെച്ച് കിടന്നു ഉറങ്ങുന്ന യുവാവ്....

(ഒരു സ്ത്രീ ശബ്ദം)
ഇന്നും ഉറങ്ങി അല്ലേ, തല പെരുക്കും എടാ പോയി കട്ടിൽ കിടക്ക്.
ഞെട്ടി എണീക്കുന്ന ശിവു ... ചുറ്റും നോക്കുന്നു , എന്നിട്ട് ഭിത്തിയിലെ ക്ലോക്കിലേക്ക് സമയം രാവിലെ 7:30 AM. സ്ത്രീ : ആ ഇനി അടുത്ത ശിവരാത്രിക്ക്
Another place
ഒരു പരുക്കൻ മനുഷ്യൻ കൈയിലെ മദ്യക്കുപ്പിയിൽ ബലം കൊടുത്തു തറയിൽ കിടക്കുന്നു. അലാറം ക്ലോക്ക് മുഴങ്ങുന്നു. എന്നീപ്പിന്റെ ശക്തിയിൽ കൈയിലെ മദ്യക്കുപ്പി താഴെ വീണു പൊട്ടുന്നു. മദ്യത്തിന്റെ അബോധാവസ്ഥ അയാളിൽ സുനിശ്ചിതമായ തെളിഞ്ഞിരിക്കുന്നു. അയാൾ ചിന്നി ചിതറിയ കുപ്പികഷണങ്ങൾ കാലിൽ പതിക്കാതെ വെളിയിലേക്ക്

നോക്കി നിക്കുന്ന പട്ടിയെ ഒന്ന് തട്ടി മാറ്റി കുറ്റി ച്ചൂലുമെന്തി അകത്തേക്ക് പ്രവേശിക്കുന്നു. (മദ്യലഹരിയിൽ എന്തോ പുലമ്പുന്നു)
കുപ്പി കഷ്ണങ്ങൾ കോരിയിലേക്ക് തള്ളി കയറ്റി അയാൾ നിലത്തു വീണ് പതിച്ച മദ്യം ഒപ്പിഎടുക്കാൻ ശ്രെമിക്കുന്ന നേരത്തു മദ്യത്തിന്മേൽ ആക്രിഷ്ടനായ തുള്ളികളിക്കുന്ന ചുവപ്പ് ചോര കാണുന്ന്. (അതും ഒരു ഇത്തിരി ആലോചനയിൽ)തുണിയിൽ ഒപ്പി എടുക്കുന്നു.

വീണ്ടും യുവാവിന് മുഖം

പൂജമുറിയിൽ ഇരുന്നു കൊണ്ട് വിളക്കിന്റെ ദീപം തെളിയികയാണ് ശിവു.
മുൻപിൽ ശിവവിഗ്രഹം,ലാമിനേറ്റഡ് ഫോട്ടോസ്, ശിവഗ്രന്ഥങ്ങൾ അടുക്കി വെച്ചിരിക്കുന്ന തട്ടിൽ നിന്നും ഒരു പുസ്തകം ശിവു കൈക്കലാക്കുന്നു.
ഉച്ചത്തിൽ വായിക്കുന്നു
(ശിവസ്ലോകങ്ങൾ)
ശ്ലോകം അവസാനിക്കുന്നത് തെല്ലു ഭയഭക്തിയിൽ ആണ്. പുസ്തകം തട്ടിന്മേൽ വെച്ചു ഭസ്മം അൽപ്പം നെറ്റിയിൽ പുരട്ടി കൈത്തണ്ട കൂപ്പി തൊഴുതു നില്കുന്നു. തന്റെ നിഴൾരൂപം ലാമിനേറ്റ ചെയ്ത ഫ്രെയിം ഫോട്ടോയിൽ പ്രതിബിംബം. പൂജമുറിയുടെ വാതിൽ അടക്കുന്നു.
ജനൽ പടിക്കൽ ഇരുന്നു കൊണ്ട് തൊട്ടടുത്തുകൂടി ഒഴുകി തിമിർക്കുന്ന കനാല് വെള്ളക്കെട്ട് കാണുന്നു. അതിൽ നോക്കി ചൂളമടിച്ചു ഇരിക്കുന്ന ശിവു. അതിലൂടെ പോകുന്ന ആളുകളെ ശ്രെദ്ധിക്കുന്നു. ദൃഡമായ് ഒഴുകി പോകുന്ന വെള്ളത്തിൽ എന്തോ പൊന്തിക്കളിക്കുന്ന അനുഭൂതി. ശിവവിഗ്രഹം.(ഒഴുക്കിന് വേഗം കൂടുന്നു).
ശിവു : അയ്യോ വിഗ്രഹം.
ശബ്ദം കേട്ടു വരുന്ന അമ്മ.

അമ്മ :ന്താടാ?? എന്താ??
ശിവു :വിഗ്രഹം.... ദേ ഒഴുകിപോകുന്നു.
അമ്മ :എവടെ??
ജനാലയിലൂടെ നോക്കുന്നു. കാഴ്ചയിൽ ബാക്കി എല്ലാം അവ്യക്തം.
അമ്മ :നീ ഏതു സമയവും പ്രാർത്ഥിച്ചു നടന്നൂ.. അതാ ഇങ്ങനെ ഓരോന്ന് തോന്നുന്നേ.
ശിവു :അപ്പോ ഇത്....
അമ്മ :പൊക്കോ കഴ്ഞ്ഞ ശിവരാത്രി ശവം ഒഴുകി വന്ന കനാല... വെല്ല ശവവും ആവും. നിസാരമായ തള്ളിക്കളഞ്ഞ ആ വിഷയത്തെ ആകാംഷയോടെ നോക്കി കാണുന്ന ശിവു.(കാഴ്ചയിൽ ഒഴുകി തിമിർക്കുന്ന വെള്ളക്കെട്ട്)

സൈക്കിൾ ഇന്റെ ബെൽ മുഴക്കം. സൈക്കിൾ ചവിട്ടി വരുന്നത്തു നേരത്തെ കണ്ട പരുക്കൻ മനുഷ്യനാണ്. കനൽകെട്ടുകൾ മുറിച്ചു കടന്നു പോകുകയാണ്. സൈക്കിൾ ചാർഡിന്റെ രൂപം (in circling)
പാലത്തിലൂടെ ഇറങ്ങ്യ സൈക്കിൾ ഉന്തി നടന്നു പോകുകയാണ് മനുഷ്യൻ. എതിർവശത്തുകൂടെ വരുന്ന കുലീനനായ സ്ത്രീകള്ളുടെ അതിരുവിട്ട സംസാരം. അതിൽ ശ്രെദ്ധിക്കാതെ മട്ടിൽ നടന്നു പോകുന്ന മനുഷ്യൻ. ഒരു തരം അപകർഷത.

തിരക്ക് പിടിച്ച ഒരു ബീവറേജ്സ് ഔട്ടെലറ്റ് കാണുന്നു. നീണ്ട ക്യൂവിൽ നിക്കുന്ന പപ്പൻ. (പരുക്കൻ മനുഷ്യൻ)
പപ്പൻ :ഒരു കോട്ട... തൊട്ടടുത്ത നിന്ന് സൽക്കാരം പറയുന്ന ആളെ പപ്പൻ വിളിക്കുന്നതു കാണാം. ബാ കേറൂ...
കുപ്പിയുമെന്തി സൈക്കിളില് കേറി പുറകെ ഇരിക്കുന്ന സുഹൃത്തിനെയും വഹിച്ചു പോകുകയാണ് പപ്പൻ. സൈക്കിൾ വിദൂരതയിലേക്ക് പോകുന്നു.

CHAPTER 2 AHAM

നാഗരിയിൽ വെച്ചു തന്നെ ശിവു നേ കാണുന്നു. സിഡി കടയുടെ മുൻഭാഗത്തആയി നിക്കുന്നു.

ശിവു : ചേട്ടാ പുത്തൻ സ്ലോകങ്ങൾ വേണം.

കടക്കാരൻ : ആഹാ ശിവശ്ലോകം അല്ലെ.?

ശിവു : ആ അതെ.

തട്ടിൽ വെച്ചിരിക്കുന്ന സിഡിയിൽ ദൈവരൂപങ്ങളെ ഒന്ന് ഓടിച്ചു വിട്ടു പൂജിക്കുന്ന കടക്കാരൻ. ഓടിച്ചു വിട്ടു മനസാഹൃമാക്കുന്ന ശിവു. (കടയിലെ ശിവസ്തുതി ബാക്ഗ്രൗണ്ടിൽ കേൾക്കാം)

രാത്രി യുടെ ദൈർഖ്യത്തിൽ.മതിമറഞ്ഞു ഇരിക്കുന്ന ശിവനെ നാം കാണുന്നു. ശിവപുരാണം സിനിമ ടീവിൽ കണ്ടു ഇരിപ്പാണ് ശിവസ്ലോകങ്ങൾ ഉരുവിടുന്നു.

ശിവു : ഇല്ല ഉറങ്ങില്ല എന്തായാലും..

ശിവു കണ്ണുകൾ തെല്ലിണ ചിമ്മാതെ കുത്തി ഇരിക്കുന്നു. രാത്രി മാഞ്ഞു പോകുന്നു.

ശിവു ഒരിക്കൽ കൂടെ പരാജയം തൊട്ടറിഞ്ഞു. രാവിലെ ശിവു ശിവശ്ലോകം കേട്ടു എഴുന്നേൽക്കുന്നു.

അമ്മ :ആ ഇന്നും തഥൈവ തന്നെ. എഴുന്നേറ്റു പോടാ..

ശിവു :ഇന്നലത്തെ എന്റെ ശിവനുള്ള അർപ്പണം അല്ലെ.ഇന്നാ ശെരിക്കും ശിവരാത്രി ദിനം.

അമ്മ :കലണ്ടർ നോക്കുന്നു.

ശിവു : ഇന്ന് ഫുൾ ഞാൻ ഉറങ്ങാതെ ഇരികുയാ. രാത്രി ഞാൻ ശിവനെ കണ്ടിട്ടേ അടങ്ങു. ശിവു അമ്മക്ക് ഉറപ്പ് കൊടുത്തു..

വിജനമായ ഒരു സ്ഥലം. പച്ചപ്പ്. (സൈക്കിളിചാർഡ് rolling)സൈക്കിൾ നിലത്തു വീണു കിടക്കുന്നു. (കാലി കുപ്പി, ഗ്ലാസ്)ദൂരെ വെള്ളത്തിൽ ആരോ കൈയോടിക്കുന്ന ശബ്ദം കേൾക്കാം. പപ്പനാണത്. കൈവെള്ളയിൽ കോരിടുക്കുകയാണ് ദൃഡ മായ് ഒഴുക്കുന്ന വെള്ളം. മുഖത്തു തള്ളിക്കുന്നു. ദീർഘ ശ്വാസം. സൈക്കിൾ ചവിട്ടി പോകുന്നു.

Another place

ശിവു സ്ലോകങ്ങൾ ഉരുവിടുന്നു. ഇതവണ ക്ഷാശീലനാണ്. തന്റെ പ്രതീബിബം laminated ഫ്രെയിംയിൽ വ്യക്തം. നിശ്ചലമായ രൂപം അതിൽ കാണാം.നിൽപ്പിന് ചാഞ്ചട്ടം സംഭവികാത്ത പക്ഷം കാണുന്നത് വേറൊരു മുഖമാണ്. പപ്പൻ ഊതിപോകാക്കുന്ന കഞ്ചാവ് ബീഡിമായി ചുറ്റും പുക കെട്ടികിടക്കുന്നു. കൂട്ടാള്ളികൾ ചുറ്റും ഒത്തു കൂടിയിരിക്കുന്നു. അവിടെയും കേൾക്കാം ടപ്പേറെക്കോർഡറിൽ ശിവസ്തുതി. സൗണ്ട് കൂടിവെക്കുന്നു. പൈലിയും കൂട്ടരും ആർത്തു അട്ടഹസിച്ചു ഒരു പുക എടുക്കുന്നു.. ശ്വാസകോശംത്തിലെ പ്രപഞ്ച തോതു കളെ ഉത്തേജിപ്പികുകയാണ് പൈലി.

പപ്പൻ :പൈലി നീ രാമനെ കണ്ടോ?

പൈലി :ഏതു രാമൻ?

പപ്പൻ : രാമനാഥൻ.

പൈലി :എന്താ നീ അല്ലെ അവന്റെ കൂടെ ഉണ്ടായിരുന്നെ?

പപ്പൻ :എന്നാരു പറഞ്ഞു നിന്നോട്.??

പൈലി : ഒന്ന് പോടാ പെരുപ്പേ നീ അവനെ വെച്ചോണ്ട് കനാൽ വഴി സൈക്കിളിൽ പോയത് ഞൻ എന്റെ കണ്ണുകൊണ്ട് കണ്ടതാ..ആ എന്നോടോ??

ചുറ്റും ഒരു മിനിറ്റ് നിശബ്ദത. എല്ലാരം പപ്പനെ നോക്കി ഇരിക്കുന്നുന്നു.

പപ്പൻ : ആ അഫ്ഹ്. നീ ഇത് ഇരുത്തി വലിച്ചെ.....

പപ്പൻ ഒരു വിഡ്ഢി ചിരി ചിരിക്കുന്നു.

നോക്കിൽ ഒരു അസഹിഷ്ണുത. പൈലി ആർത്തു അട്ടഹസിക്കുന്നു.

രാത്രി സമയം

ചീവിടിന് ഒച്ച ബാക്ഗ്രൗണ്ടിൽ. ഒരു ഇരുൾ പറപ്പിന് ദൃശ്യം. വീടിന് focus കാണുന്നു തിരശീലയിൽ. ജനാല പടിക്കൽ ഇരുന്നു കൊണ്ട് ഓർമ്മകൾ ചിതലെടുക്കുകയാണ് ശിവു.

വെളിയിലെ അർദ്ധശൂന്യമായ ഏതോ ഒരു ബിന്ദുവിലേക്കാണ് നോട്ടം. ചുറ്റുമുള്ള വീടുകളിലെ വെളിച്ചമെല്ലാം കാണാം. സമയം അതിക്രമിച്ചിട്ടില്ല അധികം. സൈക്കിൾ ബെൽ ശബ്ദം കേൾക്കുന്നു. ശിവു ഒന്ന് തല വെളിയിൽ ഇട്ട ശേഷം ടീവിൽ ഉള്ള ഏതോ ഒരു സിനിമയിലേക്ക് ശ്രദ്ധ വഴിതിരിച്ചു വിടുന്നു.

രാത്രി വല്ലാതെ അതിക്രമിച്ചിരിക്കുന്നു. കൂറ്റകൂരിരുട്ടിൽ തെളിഞ്ഞുകാണുന്നാ സ്ട്രീറ്റ് ലൈറ്റ് വെളിച്ചങ്ങൾ (മങ്ങിയും കത്തിയും)

രാത്രിടെ ഡൈര്ക്യത്തിൽ ഇരുവരുടെയും മുഖങ്ങൾ മാറിമാറി പ്രതിധ്വനിക്കുന്നു. ടീവിൽ ശിവരാത്രി ദിന പരിപാടികൾ, ചലച്ചിത്രങ്ങൾ കാണുകയാണ് ശിവു. വെളിയിൽ എന്തോ ഒച്ച കേൾക്കുന്നത് ശ്രെദ്ധിക്കുന്നു. റിമോട്ട്ടിൽ ടീവിയുടെ ശബ്ദം കുറയുന്നതുമ് ഒരു നാടൻ പട്ടിയുടെ ശബ്ദത്തിന് തീവ്രത ഏറുന്നു.

ഏറു കൊണ്ട് വേദനയിൽ കരയുകയാണ് പട്ടി കുട്ടി. ശിവു ജനാലയിലൂടെ വീക്ഷിക്കുന്നു. കതകു മെല്ലെ തുറന്നു പുറത്തിറങ്ങി പട്ടികുട്ടീടെ ഏര് കൊണ്ട കാലിൽ ശുശ്രുശിക്കുന്നു. കാലിൽ തുണി വരിഞ്ഞു കെട്ടുന്നു. (കെട്ടിന്റെ മുറുക്കം)

മുറിവിനെ ആഴത്തിൽ ബാധിച്ചിരിക്കുന്നു. പട്ടി ക്കുട്ടിയുടെ നടപ്പിന് ഒരു ആസുലത

വന്നിരിക്കുന്നു. കിതച്ചു കൊണ്ട് നടന്നു അകലുന്ന പട്ടിയെ പിന്തുടർന്ന് പോവുകയാണ് ശിവു. ഒരു തരo ആകാംഷ.

ചിമ്മിനി വെളിച്ചത്തിൽ ഒരു വീടിന്റെ മുൻവശം കാണുന്നു. അകത്തു ആള് അനക്കം ഇല്ല എന്ന് തോന്നിക്കുന്നു. ചുറ്റും ചീവിടിന് ശബ്ദങ്ങൾ. പട്ടി ക്കുട്ടിയോടൊപ്പം ചുവടുകൾ ചലിപ്പിച്ചു അവിടെ എത്തിച്ചേർന്നിരിക്കുകയാണ് ശിവു. ഒരുപക്ഷെ അവിടെ

എത്തിച്ചേർത്തത്പോലെ. മരത്തിന്റെ മറവിൽ ഒളിഞ്ഞു നിൽക്കുകയാണ് ശിവു. വീടിന് ആകമേലെ എത്തി നോക്കുന്നു.

ദൃശ്യത്തിൽ അവ്യക്തത പൂണ്ടതത്തിൽ കുറച്ചുകൂടെ അടുത്തേക്ക് നീങ്ങുന്നു. ജനാലപ്പടിക്കൽ സ്ഥിരത ഉറപ്പാക്കിയ ശിവു അകത്തെ ജനലാകാംബികൾക്കിടയിലൂടെ ആ നിശ്കീർണമായ കാഴ്ച കാണുന്നു.

നഗ്നമായ പുരുഷ രൂപം കൈകാലുകൾ

ബന്ധനാസ്ഥനായി തറയിൽ കിടക്കുന്നു. കാലുകളിൽ തുടകളിൽ നിന്നും രക്തം വാർന്നു ഒഴുകുന്നു. വേദനയിൽ മൂളക്കമുണ്ടാക്കുന്നു.. നഗ്നരൂപത്തെ ആസ്വദിക്കുന്ന വേറൊരു ആണ് ശരീരത്തെ നാം കാണുന്നു. കൈലിമുണ്ട് വലിച്ചു ഉടുത്തു അർഥനഗ്നനായ പപ്പൻ. തറയിൽ കിടക്കുന്ന രൂപം രാമനാഥനാണ്. ശിവു കണ്ണുകൾ കൂർപ്പിക്കുന്നു.

വെളിയിൽ അനക്കം -എന്തോ തട്ടി താഴെ വീണപോലെ. പപ്പൻ ആകുലിതനാകുന്നു.

നിർനിമിഷത്തേക്ക്. കട്ടിലിനടിയിലേക്ക് തിരിഞ്ഞു നടക്കുന്ന പപ്പൻ. താഴെ തട്ടിൽ ബന്ധിയായ വേറൊരു രൂപം.

പപ്പൻ :ന്താടാ പൈലി.... നിനക്ക് സുഖിക്കണോ.

പൈലി വ്യഗ്രതയോടെ കുതറി പായന് ശ്രെമിക്കുന്നു. കഴിയുന്നില്ല..

പപ്പൻ :ചിരിക്കട നീയു...

ഹ ഹാ ഹാ ഹാ..

ആർത്തു അട്ടഹസിക്കുന്ന പപ്പൻ.

പപ്പൻ : ചിരിക്കട...

രോഷാകുലനായ ഒരു ഭീകര സത്വം പോലെ ലോകത്തെ നോക്കി ആർത്തു തിമിർക്കുന്ന ഒരു രൂപമാണ് ശിവു കാണുന്നത്.

വെളിയിൽ പരിഭ്രമിച്ചു നിൽക്കുകയാണ് ശിവു. പട്ടി ക്കുട്ടി

തന്റെ പരുക്ക് ഏറ്റ കാലും വലിച്ചുകൊണ്ട് വിദൂരതയിലേക്ക് ഓടി അകലുന്നു. ശിവു ഒന്ന് കുതറി വീഴുന്നു. (സൗണ്ട് ഓഫ് footsteps)
ഇരുട്ടിലേക്ക് മറഞ്ഞുനീങ്ങുന്നു. പപ്പൻ കൈയിൽ ചാക്കു മെന്തി നിലത്തുകിടക്കുന്ന രാമനാഥനെ മറഞ്ഞു നിൽക്കുന്നു. കനാലൂ വഴിയിലൂടെ നടന്നു പോകുന്ന യാത്രികൻ. അവൻ പോകാൻ കാത്തുനിക്കുന്ന പപ്പൻ. ചുറ്റും ആരും ഇല്ല എന്ന് ഉറപ്പു വരുത്തുന്നു. ചക്കിന് തുമ്പിൽ
ശക്തികൊടുത്തു നിലത്തുകൂടെ രാമനാഥനെ ഉറച്ചു കൊണ്ടുവരികയാണ് പപ്പൻ. തെല്ലു ദൂരത്തിൽ നിന്ന് വീക്ഷിക്കുന്ന ശിവു. മഴ കനത്തു പെയ്യുന്നു.
പപ്പൻ ആളൊഴിഞ്ഞ ഒരു ഇരുട്ടു കൂനയിലേക്ക് പ്രവേശിക്കുന്നു. ചാക്കിൽ കെട്ടി വലിക്കുന്നതിന്റെ ശബ്ദം വേദനയിൽ നുറുങ്ങുന്ന ശബ്ദം ആയ്ട്ട് കൂർത്തീണങ്ങുന്നു. രാമനാഥൻ നിലവിളിക്കുന്നു. വേദനയിൽ. ഇരുണ്ട കൂനയിലെ പൊന്തക്കാട്ടിലേക്ക് മെല്ലെ തള്ളി വിടുന്നു. ലക്ഷ്യം കനൽ വെള്ളത്തിലേക്കാണ്. പക്ഷെ പൊന്തക്കാട്ടിലെ താടികഷണങ്ങളിൽ തട്ടി താങ്ങി നിക്കുന്നു. പപ്പൻ നിറുത്സാഹൻ ആയി മഴവെള്ളത്തൽ ചെളി പുരണ്ട സ്ലാബുകളിൽ കൂടെ താഴെ ഇറങ്ങാൻ വിസമ്മതനായി നികുന്നു. ചാക്കിൽ ചെളി നല്ലവണ്ണം പുരണ്ടിരിക്കുന്നു.
കാലടുപ്പിച്ച താഴെ ഇറങ്ങാൻ ശ്രെമിക്കുന്ന പപ്പൻ തൊട്ടപ്പുറത്തെ കുറ്റി ക്കാട്ടില്ലേ അനക്കം ശ്രെദ്ധിക്കുന്നു. ആരോ ഒളിഞ്ഞിയ്ക്കുന്ന പോലെ. ചാഞ്ഞു നിക്കുന്ന മരത്തിന്റെ ഇടയിലൂടെ കാണുന്നു വിലറിപേടിച്ച ഒരു മുഖം. ശിവു പപ്പന്റെ കണ്ണിൽ പെടുന്നു. ഇരുദ്രുവങ്ങളാൽ തിരശീലയിൽ ആരവം. പപ്പനും ഓടിക്കിതാച് വരുന്ന ശിവവും തമ്മിലുള്ള സങ്കർഷം, ഏറ്റു മുട്ടൽ.
സംഘർഷത്തിൽ തീവ്രത. ഇരുമുഖങ്ങളില്മ് കാണാത്ത

രോദനങ്ങൾ. ഏറ്റ് മുട്ടലിനോടുവിൽ ഒരാൾ അടി കൊണ്ട് നിലത്തു വീഴുന്നു.പപ്പൻ ആജനുബാഹു യുദ്ധവീരനെ പോലെ ഈ രംഗത്തിൽ നിലഉറപ്പിച്ചു നിൽക്കുന്നു.. പപ്പൻ ചുറ്റും നോക്കി പറവശനാക്കുന്നു. സ്ലേബിലെ ചെളി പുരണ്ട പായലുകൾ സുനിശ്ചിതം. പൊന്തക്കാട്ടിലെ ചാകിന്കെട്ടു താഴെ കാണാം. അനക്കമില്ലാത്ത വസ്തു. വീണ്ടും അടുത്തുകിടക്കുന്ന ശിവവിലേക്ക്. താങ്ങി നിക്കുന്ന ജടത്തെ ഒഴുക്കുവെള്ളത്തിൽ എത്തിക്കാൻ ശ്രമം തേടുകയാണ് പപ്പൻ. മുന്നിൽ നിലത്തുകിടക്കുന്ന ശരീരത്തെ ഒരു ഉപകാരണമാക്കാൻ തീരുമാനിക്കുന്നു. കൈകലുകൾ സാമാനം ബന്ധിയാകാൻ പടുക്കൂറ്റൻ വള്ളികൾ പറിച് എടുക്കുന്നു. ഒരു നിമിഷത്തേക്ക് പൊടുന്നനെ തിരിഞ്ഞു നോക്കുന്ന പപ്പൻ നിലം ശൂന്യമായി കാണപ്പെടുന്നു. പരിഭ്രമം.കനൽസ്ലാബിന്റെ അടുക്കലേക്ക് എത്തിനോക്കുന്നു. കൂറ്റൻ കല്ലുമെന്തിയാ കൈകൾ വന്നു മുഖത്തടിക്കുന്നു. പപ്പൻ നേരെ താഴേക്ക്. സ്വഉപകരണമായ ചാക്കിലെ ജടത്തെ തട്ടി പപ്പനും രാമനാഥനം വെള്ളത്തിലേക്ക് പതിക്കുന്നു. ശിവു ദീർഘാശ്വാസത്തിൽ കിതകുന്നു.

പരിക്ക് ഏറ്റ പട്ടി ക്കുട്ടി .നോക്കി നില്കുന്നു. പരിതാപകരമായ മുഖം.. ശിവുന്റെ നോട്ടം വെള്ളത്തിലേക്ക്. സുദൃഡ മായ് ഒഴുക്കുന്ന വെള്ളക്കെട്ട്..

രാത്രി മായുന്നു.

അടുത്ത ദിവസം

പുലർകാലം

പതിവുപോലെ സോഫയിൽ കിടക്കുന്ന യുവാവിനെ കാണുന്നു.

അമ്മ :ആഹാ ഇന്നും ഒരു മാറ്റവും ഇല്ലാലോ.

വെളിയിൽ ഉള്ള ആരോടോ സംസാരിക്കുകയാണ് അമ്മ.

കണ്ണ് തുറന്നു പിടിച്ചു കിടക്കക്കുന്ന യുവാവിന് വിലറിയ

മുഖം.

അമ്മ :ഡാ ഈനെക്കടാ.

അമ്മ തട്ടി വിളിക്കുന്നു..

ശിവു മെല്ലെ എന്നേറ്റു ജനാലയിലേക്ക് നീങ്ങുന്നു. ക്രോധമായ ഒരു സംഭവം സാക്ഷ്യം വഹിച്ച ആ കനൽ ഒരങ്ങൾ നിരീക്ഷിക്കുന്നു. ശിവു വെളിയിൽ നടന്നകലുന്ന ആളുകളെ ശ്രെദ്ധിക്കുന്നു. (സൈക്കിൾ ബെല്ലിന്റെ മുഴക്കം).

സൂക്ഷ്മതയിൽ വേറെ ആള്ളിൻ രൂപം.

ശിവു :അമ്മേ ഇന്നും ശവം ഒഴുകിവന്നിട്ടുണ്ടോ.

അമ്മ :ഉമ് എന്തോ..... എനിക്കറിയില്ല, കാണാതെ evide പോകാൻ. ശിവനോട് കളിച്ചാൽ ഇതൊക്കെ നടക്കും. ശിവരാത്രി കാണൽ ഒക്കെ നിർത്തിക്കോ. നിന്നക് നല്ലത് അതാ..

ശിവു ഒഴുകി അകലുന്ന കനാൽ വെള്ളത്തിലേക്ക് കൗതുകത്തൂടെ നോക്കുന്ന്.. കുറച്ചു ഭയത്തോടും.

ശിവു : ഈ പട്ടി എവടെ??

അവൻ നോക്കാൻ ശ്രെമിക്കുന്നു. പരാജിതൻ ആവുന്ന്. പൂജമുറിയുടെ കതക് തുറന്നു അകത്തു കത്തിച്ചു വെച്ചിരിക്കുന്ന നിലവിളക്കിൽ പുഷ്പമിട്ടു അണച്ചു ലാമിനേറ്റഡ് ഫ്രെയിംയിൽ സ്വന്തം പ്രതിബിംബം നോക്കി നില്കുന്നു.

www.ingramcontent.com/pod-product-compliance
Lightning Source LLC
LaVergne TN
LVHW041717060526
838201LV00043B/788
9781639201884